เวลาที่ เฟอออออเฟค - บ๊อบคิดจะครองโลก

A Purrrfect Time (Thai Translation)

A Cat With the Personality of a Human.
You will Be Shocked and Surprised!

Written by Sam Miller

The Purrrfect Time was written originally in English
and translated into the following languages:
Thai, Vietnamese, Tagalog, German, Spanish, Portuguese,
Mandarin, Bengali, French, Hindi, Russian, Punjabi.

Copyright © 2022 by Samuel Miller

All rights reserved. No part of this publication may be reproduced, stored in a retrieval system, or transmitted, in any form or by any means, electronic, mechanical, photocopying, recording, or otherwise, without the written prior permission of the publisher.

ISBN 9781777549060

Book design by Hiroki Nakaji

Printed and bound with IngramSpark

Armed Bandit Publishing

ฉันเจอแซมตอนฉันยังเป็นลูกแมวตัวเล็กๆ ตอนนั้นเขายังมีแขนทั้งสองข้างอยู่ ชีวิตของแซมมันยังง่ายกว่าตอนนี้เยอะ แต่วันหนึ่งแซมได้เสียแขนข้างหนึ่งไปโดยอุบัติเหตุ แต่เขาก็ไม่เคยสูญเสียรอยยิ้มนะ เรื่องนี้คอยย้ำเตือนให้เรามุ่งมั่นกับสิ่งที่ทำให้เรามีความสุขและอย่ายอมแพ้ มากับฉัน ฉันจะพาไปย้อนดูชีวิตของฉัน

ฉันชื่อบ๊อบ (แมวเพศเมีย) และฉันจะเล่าเรื่อง

การนอนซบข้างๆเพื่อนรักตัวน้อยของฉัน
ทำให้ฉันอบอุ่นและมีความสุข

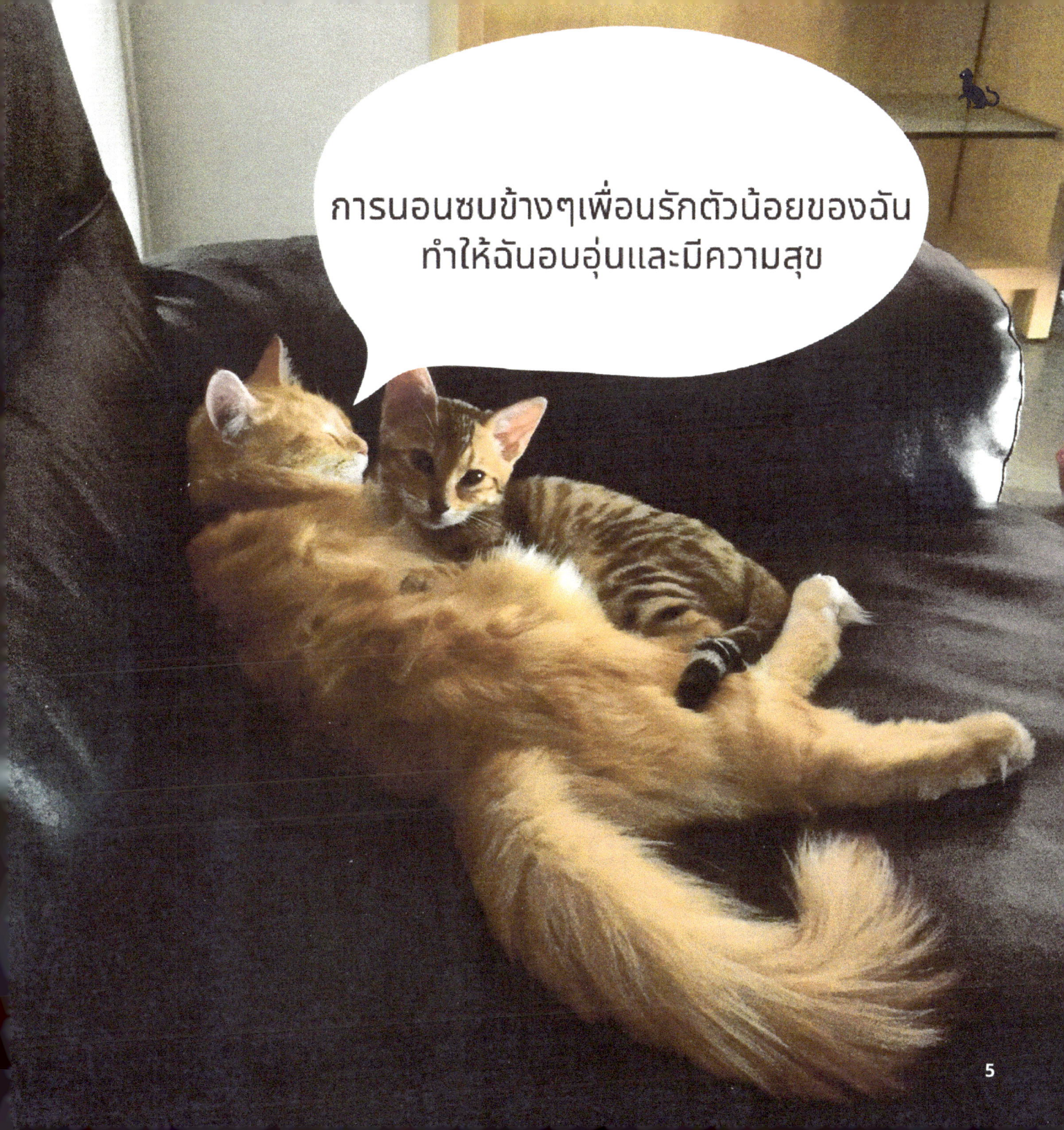

เห็นอุ้งเท้าเล็กๆใต้ประตูนั่นไหม
ฉันกำลังพยายามจะลาก
เจ้าหมามา ใต้ประตูนี้
ฉันไม่รู้ว่ามัน จะพอดี
กับช่องใต้ประตูไหม
แต่ฉันค่อนข้างแข็งแรงนะ

ฉันแข็งแรงพอที่จะเปิดน้ำไหมนะ?
ฉันเลียขนทั้งวันเลย
แต่ก็ยังเหม็นอยู่ดี
ฉันอยากอาบน้ำจัง

เตามันเปิดยังไงเนี๊ยะ?
ฉันหิวมากเลย
ดังนั้นฉันคิดว่าฉันจะ
ใส่ขนมแมวเยอะๆ
ในถาดอาหารของฉัน

ถ้าฉันกินอาหารของแซมตอนที่เขาไม่เห็น
จะเรียกว่าเป็นการขโมยอาหาร
หรือเป็นการแบ่งอาหารกันนะ?

มันยากจริงๆ ที่จะจับ
เจ้าจุดเลเซอร์สีแดงนี้
มันเร็วมากเลย
ฉันต้องออกกำลังกายหนักมาก
ตอนที่ฉันไล่จับมัน

ฉันจำเป็นต้องฝึกเล่นโป๊กเกอร์กับแซม
เพื่อที่ฉันจะได้ขนมแมวเพิ่ม

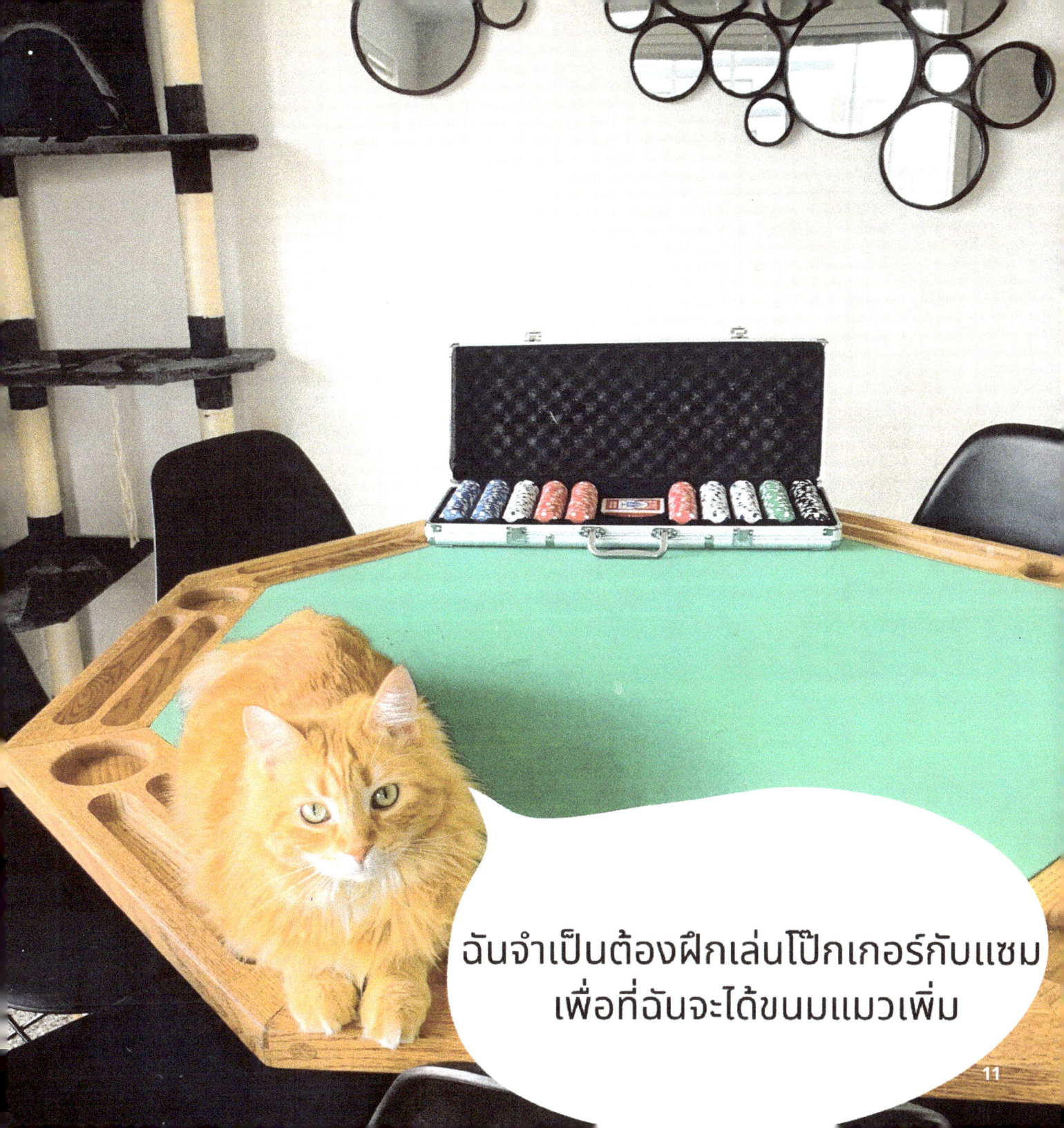

แซมมาเยี่ยมฉันที่โรงพยาบาลสัตว์
ตอนที่ฉันป่วย

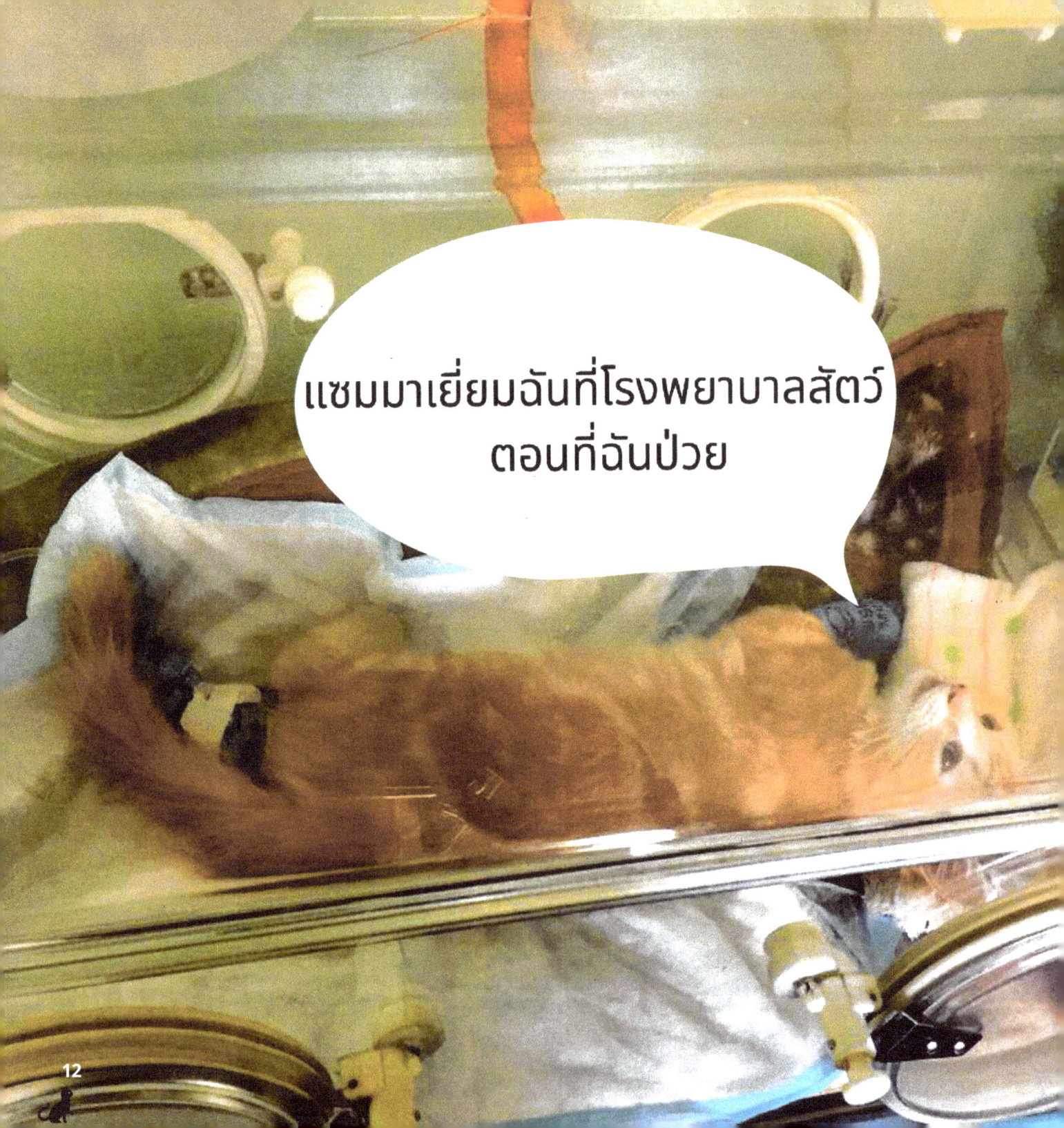

ดังนั้นฉันก็เลยมาเยี่ยมเขา
ตอนที่เขาอยู่โรงพยาบาล
มันรู้สึกดีที่ได้ตอบแทนเขา
และได้ทำบางสิ่งที่ดี

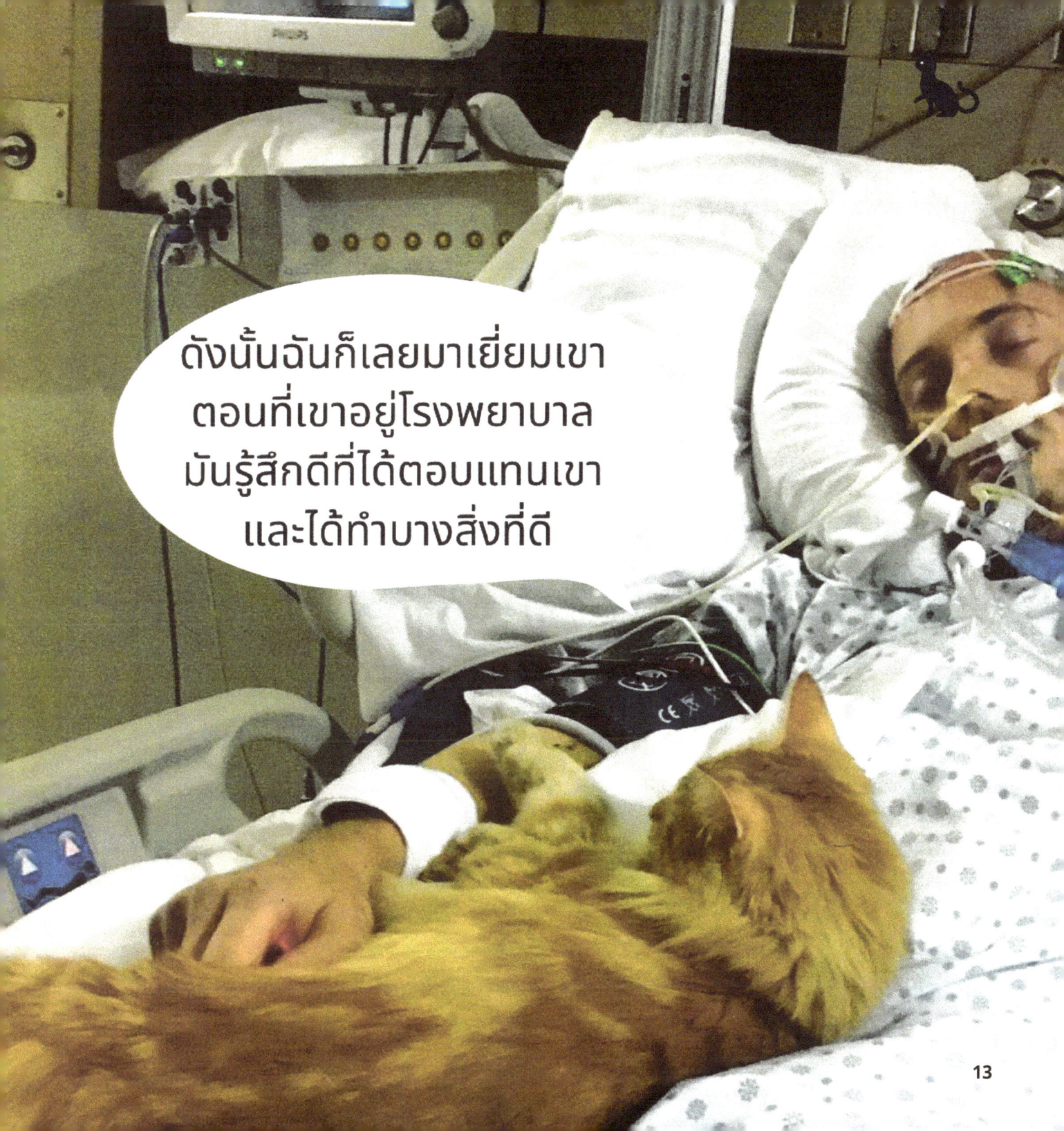

ฉันเห็นแซมเติมน้ำในจานให้ฉันทุกเช้า
แต่ฉันเป็นแมวพิเศษ
ฉันชอบกินน้ำเย็นๆ
จากก๊อกมากกว่า

นี่เป็นการนอนที่ดีที่สุด
ถ้าฉันฝันร้าย
เล็บฉันก็จะข่วนหน้าแซม
เขาจะร้องแล้วปลุกให้ฉันตื่น
นี่เป็นแผนที่ เฟอออเฟค ที่สุด

ครูโยคะของฉันพูดว่า
ฉันจะไม่ปวดหลัง
ถ้าฉันนอนแบบนี้

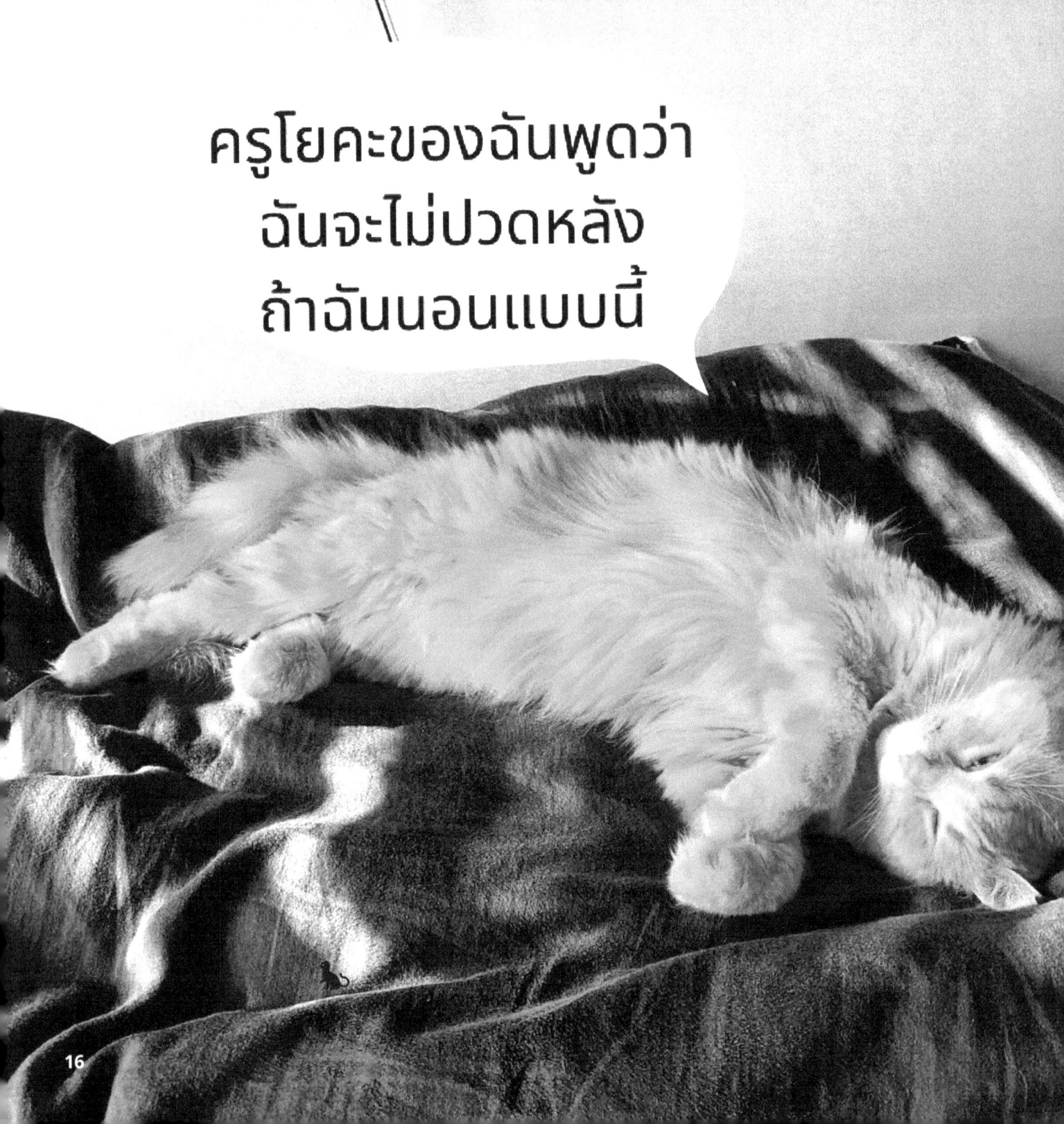

ที่นอนสบายๆ นี้มันสร้างมา
เพื่อฉันหรอ?
มนุษย์มีที่นอนแบบนี้
เหมือนกันไหม?

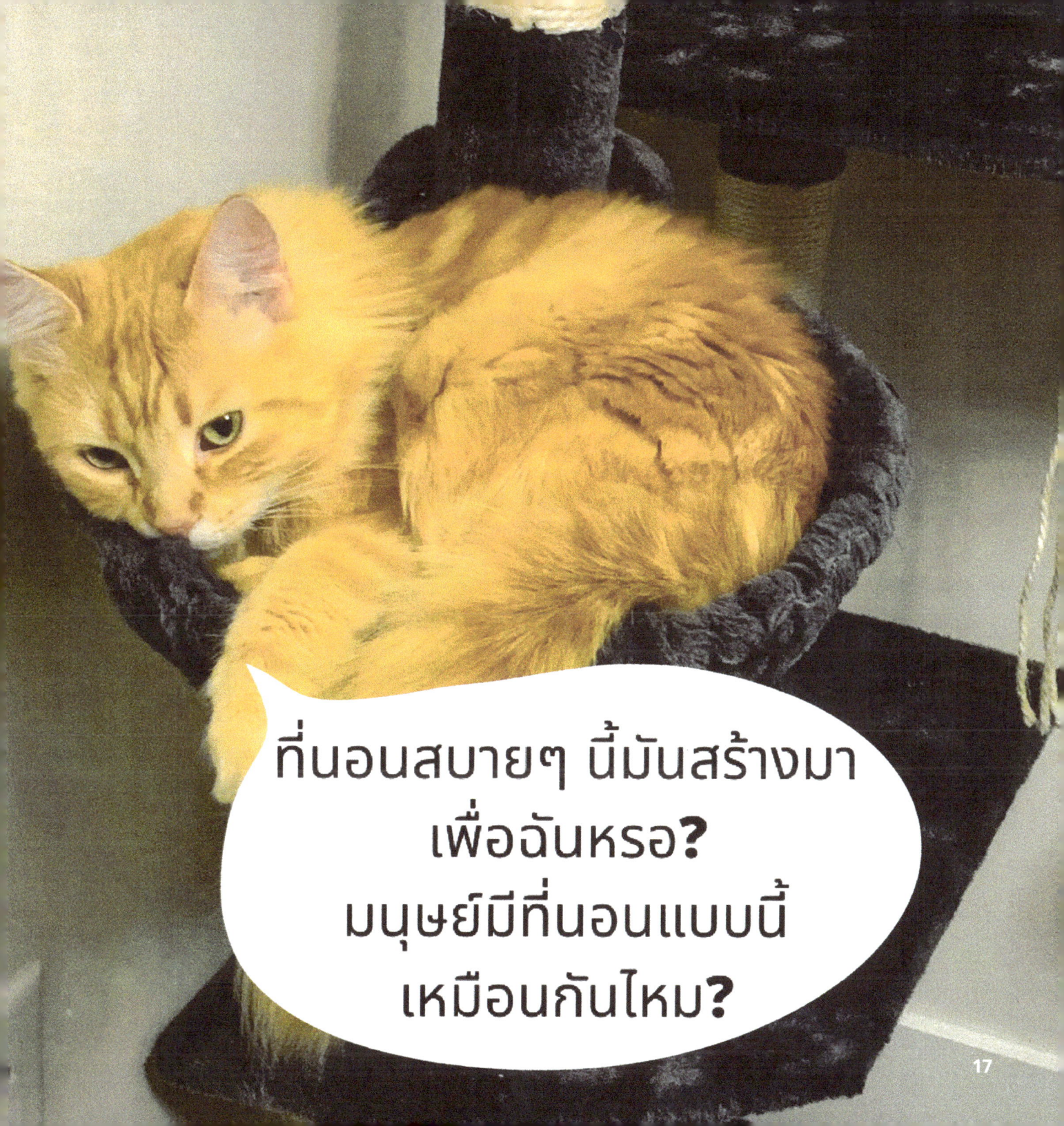

จะเป็นวันที่ดีหรือจะเป็นวันที่แย่
ทั้งหมดมันอยู่กับทัศนคติของคุณ

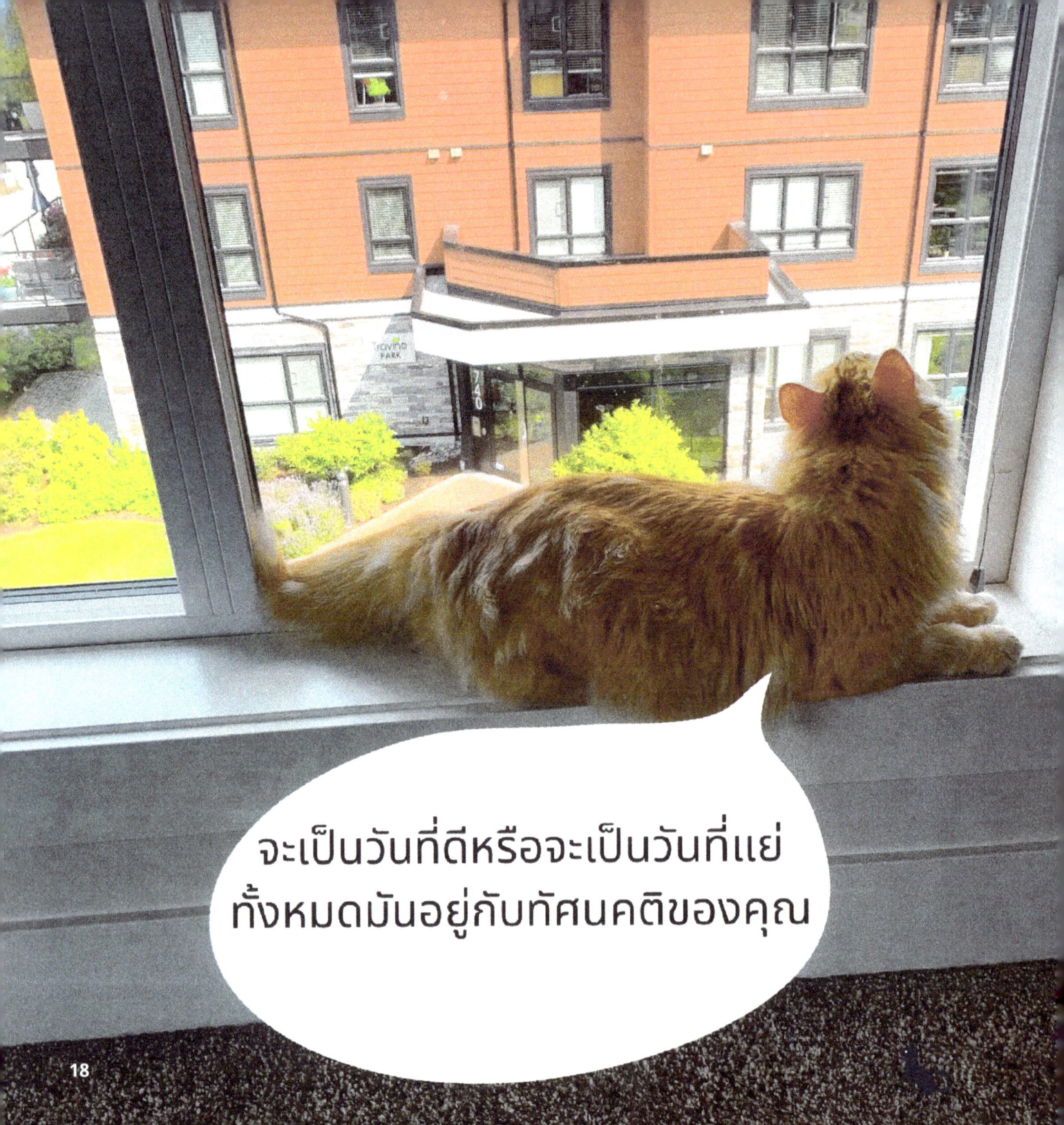

ฉันชอบมายืดเส้นยืดสายที่นี่ บางครั้งก็มีแมลงบินว่อนเลย ฉันชอบไล่จับมันนะ!

ฉันชอบกินมาก
แต่ก็ต้องแน่ใจว่า
ฉันออกกำลังกาย
เพื่อที่ฉันจะได้สุขภาพดี

ฉันสงสัยว่า ฉันจะเอาขนม
ใส่ในปาก ได้เยอะ
แค่ไหนกัน ในหนึ่งครั้ง

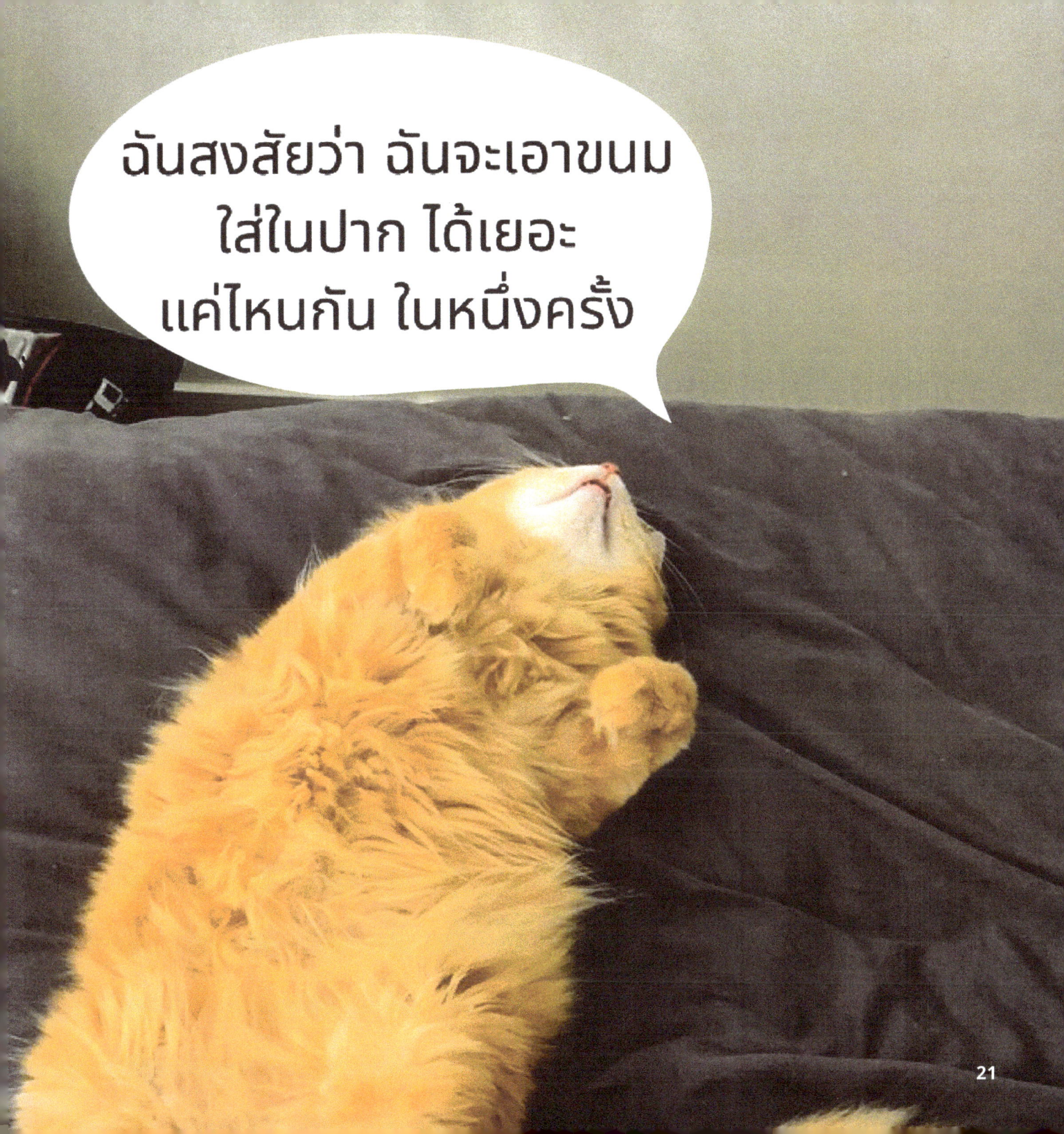

บางทีแซมก็ขี้เกียจเติมน้ำให้ฉัน
วันนี้ฉันก็เลยต้องดื่มน้ำของเขาแทน

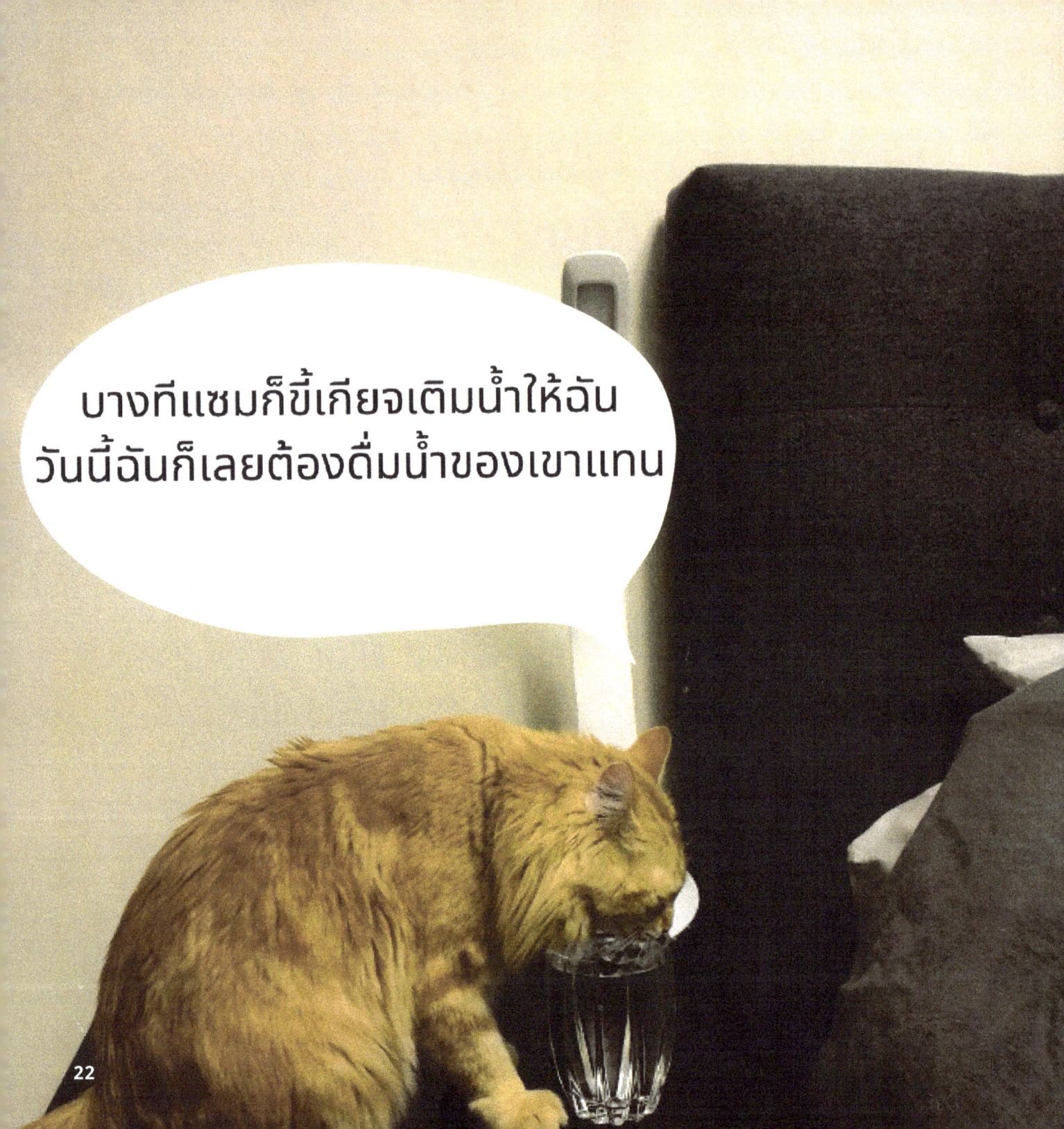

ครอบครัวและเพื่อนของฉันพูดว่า
วิวจากข้างบนมันเยี่ยมมาก
พวกเขาพูดถูกแล้วหล่ะ

ฉันชอบดูรายการชีวิตทางธรรมชาติ
ฉันคิดว่าฉันควรไปแอฟริกา
ฉันจะได้ตัวใหญ่เป็น **10** เท่า
ของแมวตัวอื่นที่นั้น
อยู่ที่นี่ตัวฉันตัวเล็กนิดเดียว

แซมพาฉันเดินเพราะว่าฉันต้องออกกำลังกาย
และรับอากาศสดชื่น ฉันชอบเวลา
ที่เราอยู่ข้าง นอกด้วยกัน
และหญ้านี้ก็อร่อยอย่างบอกไม่ถูก

ฉันชอบนอนผ่อนคลาย
ใต้แสงแดด การมีความสุข
กับชีวิตมันเป็นสิ่งสำคัญมากนะ

ปกติฉันจะบิดขี้เกียจ
หลังจากฉันผ่อนคลาย

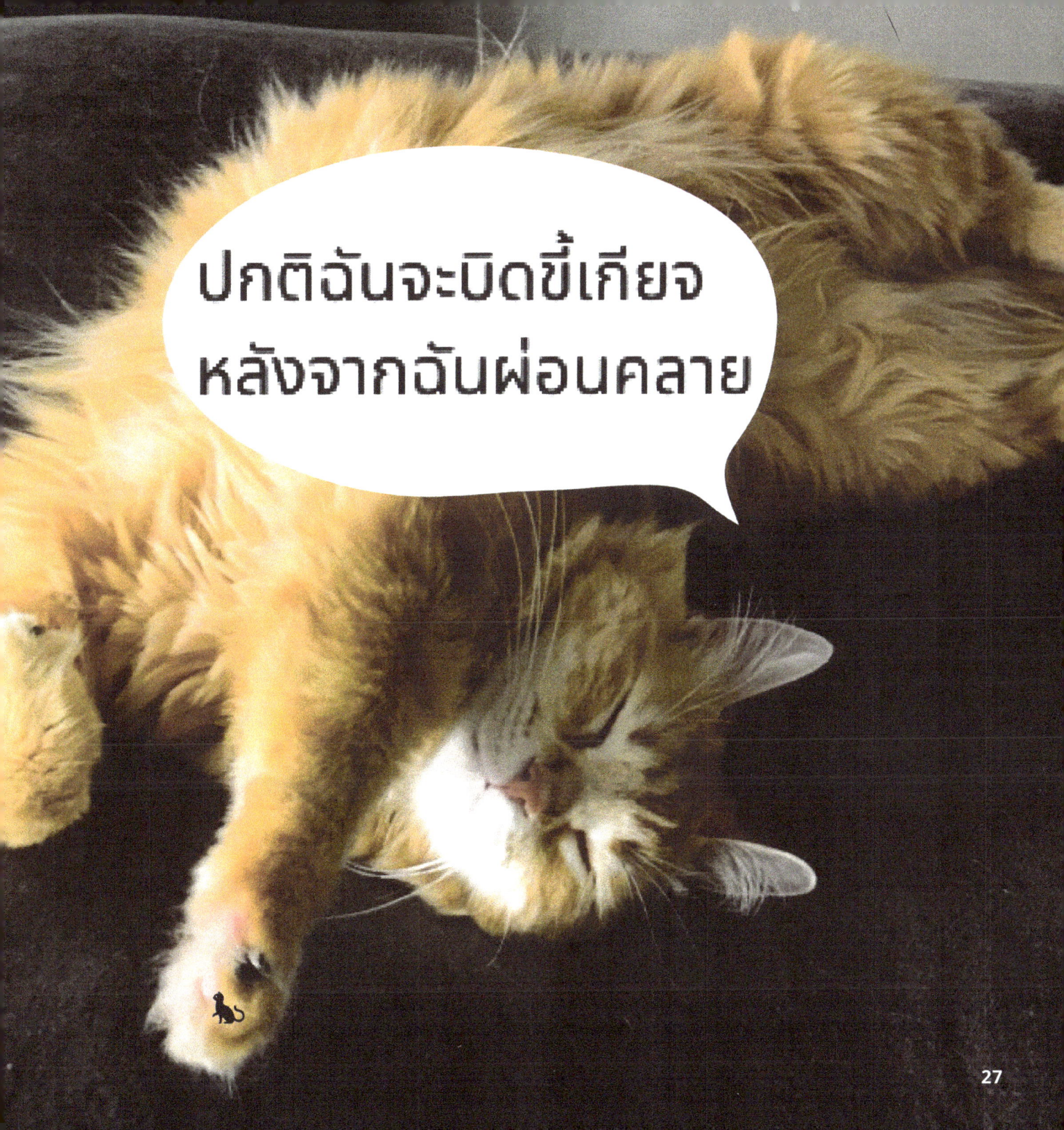

แซมได้ทำบ้านที่เฟอออเฟคสำหรับฉัน
ฉันชอบอยู่บ้านกับเขามากจริงๆ

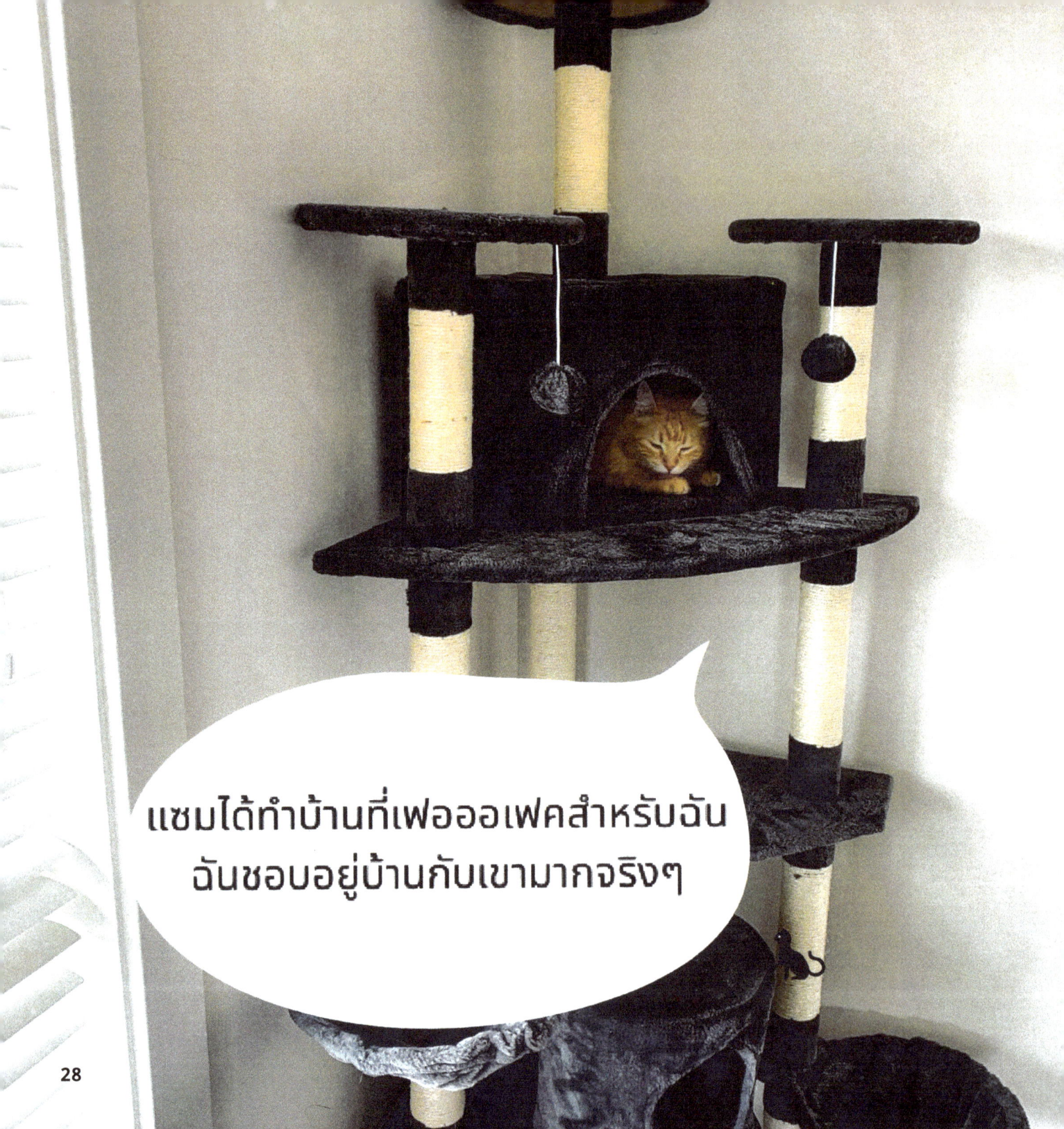

นี่เป็นที่ซบที่เฟออออเฟค
นรู้สึกสบายและมีความสุข เวลาอยู่ใกล้ๆแซม
การอยู่ใกล้ๆกับคนที่ทำให้เรามีความสุข
ันสำคัญมาก เราจะมีชีวิตที่ดีมีความสุขเสมอ
เมื่อพวกเราอยู่ด้วยกัน

ฉันได้ยินเขาพูดโทรศัพท์กับเพื่อนเมื่อวันก่อน

" บางครั้งตอนที่ผมกำลังคุยกับใครสักคน ผมไม่ได้ฟังเขาพูด เพราะว่าผมกำลังจะคิดเรื่องที่ผมกำลังจะพูด คนเราต้องการให้คนอื่นได้ยินและรู้ว่ามีคนกำลังฟัง ผมเพิ่งตระหนักว่ามันเป็นสิ่งสำคัญมากที่จะตั้งใจฟังในสิ่งที่คนกำลังพูดกับคุณและเขาก็จะสนใจฟังในสิ่งที่คุณพูดเหมือนกัน"

"เราจะรู้ว่าเราเป็นคนอย่างไร ดูได้จากคนที่เราใช้ชีวิตด้วยมากที่สุดและผมก็ต้องมั่นใจด้วยว่าผมได้ใช้เวลากับคนที่น่าเชื่อถือ, น่าเคารพและกับเพื่อนๆ ที่ทำให้ผมสนุกเพลิดเพลิน"

"เมื่อหลายๆ สิ่งที่ยากลำบากจู่โจมเข้ามา ผมก็เริ่มต่อสู้และเผชิญหน้ากับความท้าทาย นั่นคือตอนที่ผมได้ค้นพบตัวตนจริงๆ หลายอย่างของตัวเองและเพื่อนๆ ผมได้เรียนรู้ที่จะดิ้นรนต่อสู้กับความล้มเหลวและการขอความช่วยเหลือเมื่อจำเป็น"

ฉันเดาว่า แซมพูดถูก นั่นเป็นเหตุผลว่าทำไมฉันกับเขาถึงเป็นเพื่อนที่ดีต่อกัน

คุณเจอ 🐈 ในทุกๆ รูป บนหน้าหนังสือไหม?

แซม

หนังสือเล่มนี้เริ่มจากการเป็นงานอดิเรกของผม มันเป็นวิธีเบี่ยงเบนจากปัญหา
ที่ผมได้เจอในชีวิต มันกลายเป็นการบำบัดที่ผมจำเป็นต้องทำ
มันได้สอนผมหลายๆอย่างในชีวิต ทั้งวิธีที่เผชิญหน้ากับสิ่งที่ท้าทายและจัดการกับสถานการณ์ที่ยากลำบาก

เป็นเวลานานที่ผมเคยคิดว่าผมรู้ทุกอย่างเกี่ยวกับตัวผมและสิ่งสำคัญในชีวิต
แต่ผมคิดผิดมากมาก เมื่อผมได้เจอกับความท้าทายใหม่ที่จะต้องเอาชนะมัน
ผมเริ่มตระหนักได้ว่าอะไรที่เป็นสิ่งสำคัญของผม
จากนั้นผมก็ได้ตัดสินใจและเรียนรู้ที่จะอยู่กับสิ่งที่ทำให้ผมมีความสุข มันไม่ได้น่าอายที่จะล้มเหลวและเริ่มต้นใหม่ มันเกือบจะเป็นสิ่งที่กำหนดเอาไว้แล้วว่าคนเราจะได้ในสิ่งที่ต้องการและคุณต้องเข็มแข็งเข้าไว้!

ระบายสี

www.ingramcontent.com/pod-product-compliance
Lightning Source LLC
Chambersburg PA
CBHW051321110526
44590CB00031B/4435
* 9 7 8 1 7 7 7 5 4 9 0 6 0 *